அலாதியாய் என் மனம்

பரத்

Made with ♥ on the Notion Press Platform

www.notionpress.com

சமர்ப்பணம்

'அவள்' என்னும் சொல்லுக்குள் என்னுள் ஆத்மார்த்தமாய் வசிக்கும் அவளுக்கு

நன்றி

அணிந்துரை...

காற்றில் திரியும் எண்ணங்களை கையில் பிடித்து காகிதத்தில் ஒட்டும் வித்தை தான் கவிதை. இந்நூலினை இயற்றிய கவிஞர்.பரத் அவர்களின் பல எண்ணங்களின் விந்தைகளை தன் கவிதை படைப்பாக "**அலாதியாய் என் மனம்**" என்ற தலைப்பில் வடித்துள்ளார்.

நேசம் வைத்த உறவையும் பாசம் வைத்த அழகையும் நாசம் செய்துவிட்டதே இந்த விதி என்று குமுறும் வார்த்தைகளும்; காயம் பட்ட மனதுக்கு மாயம் செய்த உணர்வுக்கு சொல்லால் வைத்தியம் பார்க்க வந்த எழுத்துகளை வைத்து ஒருங்கே அமைத்து தந்துள்ளார் இக்கவிஞர்.

அவளின் கோபம் என்ற தலைப்பில்

“சில சமயங்களில் என்றோ
அறுந்த பட்டத்தை விட்டு விட்டு
நான் என் கைகளில்
சிக்கிக்கொண்ட கயிற்றிடம்
சண்டையிட்டுக் கொண்டு
இருப்பது ஏன்? என்பதும்
அவளின் கோபங்களில் ஒன்று ...”

என்ற வரிகள் பூக்கட்ட கயிறை பயன்படுத்துவார்கள் என்று கேள்விப்பட்டேன் ஆனால் இன்று தான் தெரிகிறது மனதையும் கட்டுவதற்கு கயிறு தேவைப்படும் என்று. இப்படி

எல்லா வரிகளையும் தன் கற்பனையினால் எண்ணங்களோடு தன் காயப்பட்ட காதலின் உணர்வுகளோடு கவி வடிவமாய் வடித்துக் கொடுத்திருக்கும் இந்நூல் எல்லோர் மனதையும் ஒரு ஆழ்ந்த தாக்கத்தை ஏற்படுத்தும் என்று என்னால் உறுதியாக கூற முடியும். காயம் பட்ட பல காதலர்களுக்கு இந்த கவிஞரின் வார்த்தைகள் மருந்தாகவும் இனி இது போன்று பல மருந்துகளை உருவாக்கும் கவி மருத்துவராக உங்கள் படைப்புகள் அமையட்டும் என்று கூறி மனமார வாழ்த்துகிறேன்.

சு.ஞான பிரகாஷ்.,*B.Sc.,LL.B.,LL.M*
வழக்கறிஞர், சட்ட ஆராய்ச்சியாளர்.

முன்னுரையாக...

காலச்சுவடுகள் எழுத்துக்களால் பதிக்க படுகிறது

நாட்கள் வேகமாக நகர்கிறது மனிதர்கள் அதனினும் வேகமாக நகர்கிறார்கள். இந்த ஓட்டத்தில் நான் வார்த்தைகளை சேகரித்து வைத்துக்கொண்டு பயணிக்கும் பயணம் மட்டும் ஏனோ மிக சிரமமாக இருக்கிறது. வார்த்தைகளை சேகரித்து வைத்து பயணிக்க பழகுங்கள், அது வார்த்தைகளை காட்டிலும் மனிதர்களையும் நம்முடன் இருந்து இடைவெளி தந்து மனதில் நீங்காமல் ஒருவருக்கு என மட்டும் சேகரித்த வார்த்தைகளை சென்றடைய வைத்து பழக்கப்படுத்துகிறது.

பல வார்த்தைகள் பலரிடம் பரவிடும் சில வார்த்தைகள் ஒருவரிடம் மட்டும் சில மௌனங்களும் ஒருவரிடம் மட்டும் சில கோபங்களும் ஒருவரிடம் மட்டும் சில கதைகளும் ஒருவரிடம் மட்டும் சில உளறல்களின் வார்த்தைகளும் அவர்களிடம் மட்டும் என இப்படி சேகரித்திடும் வார்த்தைகள் முற்றிலும் ஒருவரிடத்தில் மட்டுமே சென்றடைய வைக்கிறது வார்த்தைகளை சேமிக்கும் பயணம். அப்படி சேகரித்த வார்த்தைகள் அவளிடம் சென்றடைந்த கதையின் துவக்கத்தை தவிர்த்து விட்டு, இறுதியில் அவள் கோர்த்திட்ட என் கரங்களில் இருந்து அவள் நழுவி சென்ற போது விரக்தி கொண்ட என் மனம் விடைபெற

விடையின்றி புலம்பல்களால் சேகரித்திட்ட வார்த்தைகளை எங்கு கொண்டு சேர்ப்பது என்று அறியாமல் நாகரிகப் பித்தனாய் எனக்கு நானே நடுநிலை கொண்டும் இருப்பக்க கதையையும் நானே வாதிட்டும் புலம்பல்கள் என்னிடத்தில் அவள் நினைவுகளால் வற்றா நதியினை போல நீங்காமல் ஓடிக்கொண்டு தான் இருக்கிறது. இக்கதையினை நான் வார்த்தைகளை சேமித்து வைத்தது போல் என் எழுத்துகளுக்குள் சேமித்து வைத்திருக்கிறேன். வாசிப்பவர்கள் நீங்கள் ஒருமுறை முற்றிலும் வாசிக்க தொடங்கினால் நிச்சயம் அந்த வற்றா நதியின் ஓட்டத்தில் செல்லும் பொழுது நீரின் அடியில் மின்னும் கற்கள் போல் ஒரு பிம்பம் தோன்றும் அந்த பிம்பத்தை காணும் அனுபவம் போல் நான் சேமித்த எழுத்துக்களுக்குள் நிச்சயம் ஏதேனும் ஒரு பக்கத்தில் அந்த வற்றாத நதியை போல் நான் அவள் நினைவுகளால் சேகரித்த எழுத்துக்களுக்குள் ஆழம் சென்று பார்த்தால் அந்த மின்னும் கற்களின் பிம்பம் போல் அவளும் மின்னும் பிம்பமாய் தெரிந்து மறைந்து போவாள்.

- **பரத்**

உள்ளடக்கம்...

1. முன்பனிக்காலம்

"கார்க்காலங்களில் காணத காட்சி ஒன்று எதிர்ப்புகள் ஏற்றுக்கொள்ளும் மனம் மட்டும் நினைவுகள் சேர்த்திட்ட தருணங்களால் அந்த பிரிதல் ஒன்றை ஏற்காமலே உரிமையில்லா உரிமை கேட்டும், உதரி விடும் உணர்வுகளாலே ஒதுக்கி வைத்து நிம்மதி காணும் நபர்களிடமே பிடித்ததுனால் பிடிவாதம் கொள்ளும் மனம் ஒன்று முன்பனிக்காலங்களில் கடக்கின்ற நாட்கள் எல்லாம் பனிக்கட்டியாய் உறைந்திடும் காத்திருப்புகள் போல் இருள் சூழ்ந்த இரவுகள் தோறும் நிலவொளியின் நெருக்கத்தை மட்டும் எதிர்ப்பார்த்து காத்துக்கொண்டு இருக்கிறது எங்கோ ஓர் உயிர். "

பேரன்பில் ...

சிதைத்தலில் சகித்தலும் உண்டு

சிதைத்தல் நீ ஆயினும்

எதிலும் முதல் அவளே ...

அவள் முதல் பார்வையில்

நான் அவளை ஏற்றுக்கொண்டேன்

அவள் முதல் சிரிப்பில்

நான் ரசிக்க தொடங்கினேன்

அவள் பேசும் முதல் வார்த்தையில்

இருந்து அவள் சொல்லும் அர்த்தம்

அறிந்து இருந்தேன்

அவள் பேசா நாட்களில் நான்

என் நேரத்தை வெறுத்து இருந்தேன்

அவள் முதல் மௌனத்தில்

அவள் ஆசைகளை கூறினாள்

அவள் உளறல்களில் எல்லாம்

நான் என்னை ரசித்து இருந்தேன்

அன்று அவளின் காதல் சொல்லுகையில்

நானும் காதல் கொண்டேன்

இன்று அவளே தொலைவில் போகயில்

நான் தொலைந்தே போகிறேன் ...

ஜன்னல்களும் அவளும் ...

பேருந்தில் நித்தம் சென்று

வந்துக்கொண்டுதான் இருக்கின்றேன்

இன்றும் அதே போல் காட்சியை

காண்பதுண்டு

சில இரு ஓர இருக்கைகளின்

ஜன்னல்கள் தானே மூடப்படுவது இல்லை

பயணத்தில் எதிர்க்காற்றும்

அவளை கண்டதும் அவளின் கலைந்த

கூந்தளின் ஓரம் பட்டு,

அவள் கண் இமைகளை தீண்டியும்

அவள் இதழை உறசியும் செல்லுகையில்

அவனை மீறியும் அவன்

அவளை ரசிக்க தொடங்கிய அந்நொடியிலே

அவள் ஜன்னல்களை அடைக்கிறாள் ...

முதல் பேசா கோபம் ...

கோபத்தில் ஓர் இருவருக்கு

இடையில் வார்த்தைகள் ஊமையானதும்

அந்த ஊமை காதலர்களுக்குள்

சண்டை வந்ததும்

அப்போது அவள் கோர்த்த

அவன் கரங்களிலிருந்து

இருவிரல்கள் மட்டும்

நழுவிச் செல்ல முயற்சித்த போது

அங்கேயே அவனிடம்

அவளின் நெருக்கமான பார்வைகளால்

கேட்கிறாள்

" ஏன் என் கரங்கள் மீதும் கோபமா என்று "

நாட்களின் பாதையில் ...

உன்னோடு உரையாட
பாதைகளில் எல்லாமே
என் மௌனங்களில்
உன் குரல் கேட்கிறேன்
என் நினைவுகளில்
உன் பின்பம் பார்க்கிறேன்
நீ சென்ற வழித்தடம் எல்லாம்
உன் புன்னகையை ரசித்து இருந்தேன்
கடந்தது நாட்கள் என்று எண்ணாமல்
உன் நியாபகங்களோடு மட்டும்
என் கரம் கோர்த்து நடக்கின்றேன் ...

கவிதைக்குள் காதல் ...

கவிஞர்களின் காதலில் கவிதைகளில்
கூட எல்லா வார்த்தைகளும்
அர்த்தமற்று சண்டையிட்டு கொண்டு
தான் இருக்கின்றதாம்
எதுகை மோனையின் அடிப்படையில்
ஒன்றுக்கு முன்னும் பின்னும்
இருக்க என்ன காரணம்
என்று அறியாமலே
கவிதையில் வார்த்தைகளே இவ்வளவு
சண்டையிடும் போது
என் கவிதையாய் நீ இருக்கையில்
உன்னிடம் எதிலும்
முதலாய் இருக்க வேண்டி நான்
சண்டையிட்டால் அது தவறா ...?

அவளின் கோபம் ...

சில சமயங்களில் என்றோ

அறுந்த பட்டத்தை விட்டு விட்டு

நான் என் கைகளில்

சிக்கிக்கொண்ட கயிற்றிடம்

சண்டையிட்டுக் கொண்டு

இருப்பது ஏன்? என்பதும்

அவளின் கோபங்களில் ஒன்று ...

தருணங்கள் ...

கோபங்கள் சிந்திடும் மெய்களில்

உருவானத் தருணங்களால்

இயல்பினை மீறிடும்

மாற்றம் காண்கிறேன்

உன் திசை ஏற்றிடும்

என் காதலால்

நம் கோபத்தின்

மறுபக்கம் உணர்கிறேன்

மழையோடு நாம் கொள்ளா ஊடலா?

இத்தருணத்தில் ஏன்

இயல்பாய் நனைந்திடாமல்

சிறு சாரலையும் சந்திக்க மறுக்கிறாய் ...

நீ மட்டுமே உரிமை ...

நிறைய இடங்களில் என்னை

முழுதாக புரிந்துக்கொள்ள

முயற்சி செய்து இருந்தாள் ஆனால் இருந்தும்

நான் என் பொறாமையினாலும்

அச்சத்தினாலும் போடத்துவங்கும்

சண்டைகளில் எல்லாம்

இறுதியில் அவள் சில வார்த்தைகளை

சொல்வாள் என நம்பி தான்

எதிர்ப்பார்த்து சண்டையிட துவங்குகினேன்

அப்படி அவள் சொல்லி இருந்தாள்

நான் என்றோ சமாதானம் ஆகியிருப்பேன்

இல்லை என்றாலும்

அவளுக்கு தெரியும்

என்னை சமாதாணம் செய்ய

என்ன செய்ய வேண்டும் என்று

இருந்தாலும் அவள்

அதை செய்யாமல் விட்டு விட்டாள்

என்னுடன் ஆன

சண்டையை மட்டும் அல்ல ...

கோபத்தின் வார்த்தைகள் ...

நான் உன்னிடம்

பிடிவாதம் செய்தாலும்

நான் உன்னை கோபத்தின்

எல்லை வரை கூட்டி சென்றாலும்

நீ என்னால் உச்சக்கட்ட கோபத்தை

அடைந்து இருந்தால்

எனை அதட்டி இரண்டு அடி

வைத்தபின் பேசிப்பார்

ஏனென்றால்,

என்னவள் இன்று வரை

கோபத்தில் வார்த்தைகளைக்

கொட்டிவிட்டு பின் காரணம்

சொல்லி சமாளித்து

என்னை பழக்க படுத்தவில்லை ....

நீயே சொல்?

அடம் பிடிக்கும் குழந்தையாய்

உன்னிடம் நிறைய அடம்

பிடித்து இருக்கிறேன்

அது எல்லாம் உனக்கு

பிடித்து தானே இருந்தது

பின்பு ஏன் இறுதி நாட்களில் மட்டும்

எனை சில வார்த்தைகளுக்காக

கெஞ்ச வைத்தும்

சில நிமிடங்களுக்காக

ஏங்க வைத்தும்

சில ஆசைகளுக்காக

அழ வைத்தும்

என்னை கண்ணீரோடு

உன்னிடம் சண்டையிட வைத்தும்

அங்கேயே கை விட்டு செல்கிறாய்

இன்று நான் யாரிடம் சென்று

அடம் பிடிப்பது உன் கரம் கோர்க்க ...?

வடுக்கள் ...

அவள் தெரிந்தேதான்

எனை காயப்படுத்தினால்

நானும் தெரிந்தேதான்

கண்ணீர் வடிக்கின்றேன்

அவள் தெரிந்தே என்னை

பேசி காயப்படுத்திய போதும்கூட

அவ்வளவு காயம் இல்லை ...

அவள் என்னை தவிர்ப்பதற்கு

கூறிய காரணங்களை

ஒவ்வொரு முறையும்

நான் சந்தித்த போது தான்

மிக காயமாக இருந்தது ...

காட்சிப்பிழை ...

நிஜங்கள் கலைந்திடும் வேஷமும்

கனவிலும் காண விரும்பா

காட்சியாய் மாறிட

ஒன்றான நாட்களின்

வடுகளில் காயம் ஆனதும் ...

வலிகள் சொல்லும் என் கவிதைகள்

முற்றிலும் பிழைகளாய் மாறியது அன்றே ...

மீண்டும் மீண்டும் ...

நம்பிக்கையின் முழுமை
என்றுமே வார்த்தைகளில் இல்லை
நம் மனதில் ஏற்படுத்திய வலிகளுக்கு
நாம் அவர்களிடமே மீண்டும்
மீண்டும் சென்று ஆறுதலாக
கேட்கும் வார்த்தைகளில்
நம்பிக்கை கிடைப்பது இல்லை
அது நமக்கு மேலும்
அவமதிப்பை மட்டுமே
முழுமை பரிசாகத் தருகிறது ....

நினைவோடு மட்டும் ...

அவள் நேரத்தை

நான் கேட்டு பெறுவதை

நிறுத்திவிட்டேன்

அவள் நேரத்தை மகிழ்ச்சியாய்

அவள் விரும்பிய நபர்களிடமே

கொடுக்கட்டும் ...

அதே நேரத்தில் அவள் நினைவாள்

நான் கைதாகி

என் சிந்தனை சிறையில்

நான் சுழன்று தவிக்கிறேன் என்று

அவளுக்கு தெரியவா போகிறது ...

கோபத்தின் நாடகமும் ஓர் அழகு ...

அவள் கண்களுக்கு

நடிக்க கற்றுக்கொடுத்தாள்

அவள் வார்த்தைகளுக்கு

மறைக்க கற்றுக்கொடுத்தாள்

அவள் பொய்களுக்கு

மேலும் வண்ணம் பூசினாள்

அவள் சொல்ல விரும்பா

உண்மைகளை அவளுக்குள்ளே

பூட்டி கொண்டாள்

அவள் கோபம் நடத்தும்

நாடகத்தில் என்னையும் சேர்ந்து

நடிக்க வைத்தாள்

நானும் அவள் நாடகத்தில்

ஒரு நடிகன் ஆனேன்

அவள் கோபத்தின் முடிவில்

என் கதாபாத்திரமும் முடிவை எட்டியது...

கேட்டு பெறுவது இல்லை ...

யாரேனும் என்னிடம்

உரிமை எடுத்துக்கொள்ளுங்கள்

யாரேனும் எனக்கு

அதட்டி சொல்லுங்கள்

யாரேனும் என்னை

அரவணைத்துக் கொள்ளுங்கள்

யாரேனும் என்மீது

அக்கறை செய்யுங்கள்

யாரேனும் என்னுடன்

உரிமையோடு பேசுங்கள்

யாரேனும் என்னை

உரிமைக் கொண்டாடுங்கள்

இவை அனைத்தும் என்னவளிடம்

கேட்டும் கிடைக்கவில்லை

ஆதலால்,

யாரேனும் என்னிடம்

உரிமை எடுத்துக்கொள்ளுங்கள்.

உன் ஆசை ஏற்கிறேன் ...

என் ஆசைகளையே கேட்க
இயலா இருக்கும் என்னிடம்
உன்னையே தந்து செல்கையில்
என் எல்லா ஆசையுமாய்
உன்னையே ஏற்கிறேன்
உன் ஆசைகள் சொல்லும்
என்னிடத்தில் இருந்தே
உன் விருப்பம் கேளா ஆசைகளாக
உனை விட்டு செல்ல கேட்டாள்
என்ன நான் செய்வேன்?

உரிமையற்றவனின் உளறல் ...

அவளுக்கான எல்லா

உரிமைகளும் உண்டு

அவள் என்னை காரணமின்றி

அடித்தாலும் அது சரி தான்

காரணமின்றி திட்டி தீர்த்தாலும்

அது சரி தான்

பேசாமல் இருக்கும் தண்டனையை

கொடுத்தாலும் சரி தான்

அடம்பிடிக்கும் சிறு பிள்ளை போல்

என்னை அழ வைத்தாலும் அது சரிதான்

ஏனென்றால்

அவள் என்னோடு பயணித்த

மூன்றாண்டுகளில் என்னால்

இன்பத்தின் சாயலை விட

துன்பத்தின் சாயலையே

அதிகம் பார்த்துவிட்டதாய் சொல்லி

செல்கிறாள் ஆதலால் ,

அவளுக்கென எல்லா உரிமைகளும்

என்னிடத்தில் உண்டு ...

என் கதாபாத்திரம் ...

புலம்பல்கள் கொண்ட

என் களங்கிய நெஞ்சம்

விளக்கம் கேட்டே

பல நாட்கள் கழிக்கின்றதே

கற்பனையின் வலிகள் காதலை மிஞ்சும்

அதன் அர்த்தம் தேடியே

காதலை தொலைக்கின்றதே

நான் விரும்பா அவள் செயல்களால்

கேள்விகள் அவளிடம் கெஞ்சும்

அவள் விளக்கத்தின் முடிவில்

என் சிந்தனை மேலும் சிதைகின்றதே

காதலில் மீறும் காட்சிப்பிழையாய்

பார்க்கிறேன்

எல்லாமுமாய் சில பிணைப்புகள்

அவளுக்கென இருக்கையில்

நான் வெறும் காதலன்

எனும் கதாபாத்திரத்தில் மட்டும்

நடித்து என்ன பயன்?

2. இலையுதிர்காலம்

"மரங்களில் இலைகள் தானே நிறம் மாறுதல் பெருவதும் மாற்றம் கண்ட கிளைகள் அதனை தானாகவே உதிர்க்கத் தொடங்குகின்றன. காற்றில் உதிர்ந்த இலைகள் அதன் பிரிதலின் வலியை அந்த காற்றோடு கலந்து நம்மிடம் காண்பித்து தான் கடக்கிறது. வாழ்வியல் சொல்லும் இலையுதிர்காலம் "பழையன கழிதலும் புதியன புகுதலும்" என்ற இந்த வரிக்குள் கால மாற்றத்திற்கு பொருந்தி வாழவும் கற்றுக்கொடுக்கின்றது. ஏனோ மௌனமாக விடைபெற்று பிரிதலின் வலியை பழக்க படுத்தி இந்த வாழ்வினை அடுத்த பருவ மாற்றத்திற்கு கூட்டி செல்கிறது."

உணர்வின் வெளிபாடு ...

பெரும்பாலும் என்னவளிடம்

சண்டையிடும் போது மட்டும்

வார்த்தைகளில் அறியப்படா

துன்பங்கள் எதுவாயினும் அவைகள்

உணர்வுகளால் உணரப்படுகிறது

அவள் செயல்களால் உணர்த்தித்

தான் காட்டுகிறாள்

வேறென்ன செய்திட முடியும்

என் காதலை ...

அவள் இறுதியில் என்னை மட்டும்

வெற்றி பெற்று விட்டாள்

என் காதலை அல்ல ...

பல சண்டைகள் தந்த சில கேள்விகள்?

ஏன் அவள் உணர்வுகளுக்கு அழிக்கும்

மதிப்பை விட என் உணர்வுகளுக்கு

மதிப்பு குறைவாக உள்ளது?

ஏன் அவள் சொல்லும் காரணங்களை

விட என் கேள்விகள் தவறாகத் தெரிகிறது?

அப்போது கேள்வி கேட்க காரணம் என்ன?

அதையாரிடம் கேட்பது ?

ஏன் சண்டையில் தெளிவாக பேசி

முடிவு செய்தப் பின்பும் எப்படி அடுத்த சண்டைகளுக்கும்

காரணம் அதுவாகவே இருக்கிறது?

அப்போது அதே காரணங்களை

உருவாக்கியது யாராக இருக்கும்?

எப்படி தெரிந்தே அதே தவறுகள்

மீண்டும் நடக்கிறது?

இதை கேட்டால் அதற்கு

காரணம் யாராக இருக்கும்?

சரி சண்டைகளுக்கு

காரணம் நானாகவே இருக்கிறேன் ...

அப்போது என் உணர்வுகளுக்கு

மதிப்பு எங்கே போனது?

அப்போது நானும் அதே போல்

அவள் ஏற்க இயலா ஒன்றை தொடர்ந்து

செய்தால் அவளும் சரி எனச் சொல்லி

மேலும் தொடர சொல்லுவாளா?

அவள் கேட்டாலும் கேட்காவிட்டாலும்

என்னால் அவள் அப்படி உணராமல்

இருக்க வைக்க செய்ய முடியும் ...

இது அவளுக்கும் தெரியுமென

நினைக்கிறீர்களா?

தெரிந்தாலும் சண்டைகளை மேலும் தொடர

வைக்கிறது சில காரணங்கள் இது எப்படி?

இறுதியில் அவள் உணர்வுகளை விட

என் உணர்வுகளுக்கு மதிப்பு அதிகம் உள்ளதாம் ...

அது எப்படி?

தேடிடும் பயணத்தில் ...

தேவைகளின் வார்த்தைகள்

என்றும் ஒருவருக்கு மட்டுமே

சாதகமாக அமைகிறது

ஏனோ எதிரில் எவ்வளவு

நியாயம் இருந்தாலும் அவைகள்

அவர்களுக்கு தேவையற்ற

ஒன்றாக தான் தெரிகிறது

இவை தெரிந்தும்

தேவை படுபவர்களை மீண்டும்

மீண்டும் மனம்

தேடி தான் தொலைகிறது

அவர்களுக்கு தான் அது புரிவதில்லை ...

அர்த்தம் தேடி ...

சொல்லா வார்த்தைகளுக்கும்

கேட்கா கேள்விகளுக்கும்

கிடைக்கா பதில்களுக்கும்

புரியா சிந்தனைகளுக்கும்

ஏங்கும் நாட்களுக்கும் அர்த்தம்

ஒன்றுதான் ...

அவள் என்னுடன் இல்லை

அவ்வளவுதான் ...

அவளின் முடிவு ...

கற்பனையில் கண்ட
இருவருக்கான உலகத்தையும்
இருளில் கரம் கோர்த்த
இரு நிழல்களையும்
எல்லையில்லா கனவுகளாக
பேசிய வார்த்தைகளையும்
பேருந்து இருக்கையில்
இருந்து ரசித்த சாரல்களையும்
ஒன்றாக இரங்கிய மலைகளையும்
இணைந்து கேட்டு ரசித்த இசைகளையும்
நானின்றி ரசிக்கத்தான் போகிறாள்
என்பதே அவள் முடிவு ...

என் தோல்வி ...

அவளிடம் எல்லா இடங்களிலும்

தோற்று போவதில்

எனக்கு சிறிதும் தயக்கம் இல்லை

என் தோல்வியை ஒப்புக் கொள்கிறேன்

அவளிடம் விட்டுக்கொடுப்பதில்

நான் பெரிதாக இழபதற்க்கு

ஒன்றுமே இல்லை

அவளை தவிர ஆனால்,

அவளுக்கு என்னிடம் விட்டுக்கொடுக்க

முடியாத அளவிற்க்கு நிறைய

இருக்கத்தான் செய்கிறது

என் காதல் சொல்லும் வலிகள்

அவளுக்கு சுமையாகத் தான் தெரிகிறது

போல , அதனால் தான் பாதியில்

சேர்த்து கொண்ட சுமையை பாதியிலே

இறக்கி வைத்து விட்டாள் ...

நானும் விட்டுச் சென்ற இடத்திலே

விலகி நின்றுவிட்டேன் ...

நான் காரணமாகிறேன் ...

தொடக்கதில் இல்லா காரணங்களை

எல்லாம் சொல்லி தேடி

தேடி பேசிய அவளே தான்

ஒரு நாள் இறுதியில்

விட்டுச் செல்வதற்கான எல்லா

காரணங்களையும் நான்

ஏற்படுத்தினேன் என்கிறாள் ...

எனக்கு தெரியாமல் இல்லை ...

நீயே சொல்

பாசத்திலும்

ஏக்கத்திலும்

எதிர்ப்பார்ப்பிலும்

நேசிப்பிலும்

என்னிடம் இருந்து உன்னை ஒளித்து வைத்துவிட்டு ...

பதட்டத்திலும்

கோபத்திலும்

வெறுப்பிலும்

மட்டுமே என்னிடம் உன்னை நீ முன் நிருத்துகிறாய் ...

அது ஏன்?

என்ன நான் செய்வேன்?

எண்ணில் அடங்கா ஆசைகளையும்

சுமைகள் இல்லா வலிகளையும்

காலம் கடந்த ஏக்கங்களையும்

கொண்டதால் ஏனோ

உன் அர்த்தமற்ற கோபங்கள்

அனைத்தையும் விட்டுவிட்டு

உன்னிடம் வந்து

சரணடைந்து விட்டதடி

என் மனம் ...

ஏன் இந்த இடைவெளி?

சில நினைவுகளும் நிஜத்தில்

என் கரம் கோர்த்திட

கற்பனையில் உன் காதல் காற்றாக

என் திசை பார்த்திட

கண்கள் இரண்டும் கவிதையாய்

என் விழிகளுக்குள்

உன்விழிகள் தேடிட

காரணமின்றி தயக்கத்திலே

உன் விரல்கள் இடைவெளியின்றி

என் விரல்களோடு சேர்ந்திட

இன்றும் ஏற்க மறுக்கின்றேன் நான்

ஏன் இந்த உறவு இன்னும்

இவ்வளவு நாட்கள்

இடைவெளிக்கு பின்னும்

நீ என்னை பற்றிக்கொண்டது போலே

உன் நினைவுகள் என்னோடு இருக்க

பற்றிக்கொண்டதாலே

இன்றும் ஏற்க மறுக்கின்றேன் நான்

நம்முள் நீ தந்த இடைவெளியை ...

அவள் தந்த பரிசு ...

அவள் இல்லாமல்

நான் இருப்பது

எனக்கு தண்டனை தான்

என்று தெரிந்தே

அவள் எனக்கு

இந்த தண்டனையை

கொடுத்து சென்று இருக்கிறாள்

என்று நினைக்கின்றேன் ..

அதனால் தான் தண்டனை

காலம் முடிந்த பிறகும் தண்டிக்கப்பட்டு

கொண்டு இருக்கிறேன் ...

என் அறைக்குள்

அவள் நினைவுகளால்...

உனக்கும் தெரியும் ...

இவ்வளவு நாட்கள் ஆகியும்

ஏன் இன்றும்

அகத்தின் நினைவில் இருந்து

சுத்தம் செய்ய முடியவில்லை

என்மேல் பட்ட

சிவப்பு நிற கறையை ...

அகதி ...

அவள் விரட்டி வெளியே

அனுப்பிய பின் தான் தெரிகிறது

இத்தனை காலம்

உலகில் அகதிகள் உருவாக்கப்பட்டு

இருப்பது போல்

நானும் அவள் உலகில்

ஒரு அகதி ஆனேன் என்று ...

இலை உதிர் காலம்...

நான் நகர்ந்து செல்லவில்லை

இலை உதிர்காலம் முடிந்த பின்பும்

மீண்டும் கிளையில் இலைகள்

துளிர் விடத்தான் செய்கிறது

நானும் அவளுக்கென

வெறுங்கிளையாய்

காத்துக்கொண்டு தான் இருக்கிறேன்

என் வார்த்தைகள்

அவளிடத்தில் வறண்ட போதிலும்

என் கவிதைக்குள் இருக்கும்

அர்த்தம் போல் இன்றும் அவளுக்கென்று

காத்துக்கொண்டு தான் இருக்கின்றேன் ....

அடுத்த கால மாற்றத்திற்காகவும்...

அவள் உலகில் நான் ...

அவள் ஆசையாக படிக்க நினைத்து

வாங்கிய புத்தகங்களை என்றோ

அவள் ஒரு ஓரத்தில் தூசி

படிய விட்டு விட்டாள்

அது போல தான் நானும்

மீண்டும் அவள்

என் கரம் கோர்த்திட

முடியாத என்ற ஏக்கத்திலே

அவள் உலகில் ஏதோ

ஒரு மூலையில் தூசிகள்

படிந்த படியே காத்திருக்கிறேன்...

உறவெனும் நாடகம் ...

மேடை கலைந்து

வேஷம் கலைத்த பின்

என் கதாபாத்திரம்

ஒரு உரையாடலை

இரு பக்கமும் நின்று ஒத்திகை பார்க்கையில்

நாடகம் இயக்கிட்ட காதல்

என் கண்கள் கண்டு கேட்கிறது

அவள் தொடங்கிய நாடகமே

முடிந்த பின்

நீ தனியே ஒத்திகையிட்டு

இனி சிறப்பாக

நடித்து மட்டும் என்ன பயன் என்று ...

ஆர்வம் இல்லை என்கிறாள்...

நாம் ஆசையாக படிக்க நினைத்து

வாங்கிய புத்தகத்தை கூட

முழுதும் படித்து முடித்த பின்னரும் ...

ஆர்வத்தோடு மீண்டும் சில

பிடித்த பக்கங்களை

தேடித்தான் பார்க்கிறோம்...

அது போலத்தான் நானும்

அவளை தேடி சென்றேன்...

அவள் கடைசி பார்வைக்காக...

ஆனால் அவள் என்னை

தேடிட கூட வேண்டாம்

தேடும் என் கண்களுக்கு அவள்

பார்வை ஒன்றுதான் கேட்டேன்...

கண்ணீர் கேட்டேன்...

கண்ணீர் இல்லாமல் பிரிவு நிகழுமா?

அவள் நிகழ்த்தினால்

நான் அவள் கண்ணீரை கூட

கேட்டு பார்த்துவிட்டேன்...

அதுவும் மௌனமாகவே பதில் அளித்தது...

அந்த வைர துளிகள்

எனக்கென்று பரிசளிக்க வேண்டி

சேகரித்தது இல்லையாம்...

அவள் என்ன செய்வாள் ...

அவள் கண்ணீருக்கு
கூட தகுதியற்ற
ஒன்றாகத் தான் இருந்து இருக்கிறது
நான் அவளோடு பயணித்த
மூன்று வருட காலம் இந்த உண்மையை
நான் புரிந்தும் ஏற்றுக்கொள்ள
முடியாதலால் ... ஏனோ
நான் மீண்டும் சென்று
என் கண்ணீரை அவளுக்கு
பரிசளித்து வருகிறேன் ...

அவளின் சில வலிகளுக்காக ...

அவளாக என்னுடன் கோர்த்த
கரங்களை வலியின்றி பிரித்திட தான்
அவள் பார்த்தால் ஏனோ
அவளுக்கும் பிரிவில் சில வலிகள்
இருக்க தான் செய்கிறது ...
என்னுடன் இருந்த நாட்களின்
வலிகளை காட்டிலும்
பிரிதலின் வலி அவளுக்கு
பெரிதாக பாதிக்கவில்லை என்பது
அவள் பார்க்க கூட தகுதியற்ற
ஒருவனாய் எனை முன்னிறுத்திய
நொடியிலே எனக்கும் தெரிந்தது ...

அவளின் காதல் ...

இன்பத்தில் துடங்கும் காதலின்

இறுதியில் தான்

சில நேரம் இரு பக்கமும்

போரிட்டு வெற்றி பெற முடிகிறது

இதில் உன்னால் ஈர்க்க பட்டவள்

உன் காதலியானல்

அவள் உன்னிடமே போரிட்டு

அவளை மீட்டெடுத்து

அக்காதலின் ஆகச்சிறந்த

பரிசை உனக்கு தந்து (விட்டு)

செல்கிறாள் ...

3. இளவேனிற்காலம்

“பருவ மாற்றத்தில் இடம் பெயர்ந்த பறவைகள் கூடல் கொள்ள காத்திருந்த தருணங்களாகவே நாட்களை கடக்கிறது. அதன் ஒன்றான நாட்களின் ஏக்கங்களை தேக்கிக்கொண்டு ஒவ்வொறு நாட்களும் கடலினை கடக்க முயற்சிக்கிறது.”

எப்படி வெறுப்பது?

நிறைய சந்திப்புகளுக்கு பிறகும்

சில இருக்கமான பார்வைகளுக்கு பிறகும்

கொஞ்சும் நாட்களுக்கு பிறகும்

கொஞ்சம் புரிதலுக்கு பிறகும்

பல கோபங்களுக்கு பிறகும்

எண்ணற்ற வார்த்தைகளுக்கு பிறகும்

ஆயிரம் சண்டைகளுக்கு பிறகும்

ஆயிரம் சமாதானங்களுக்கு பிறகும்

தேடி வந்த அவளுக்கென

நான் தேய்ந்து போவதில்

தவறென ஒன்றும் இல்லை

என்று நான் நினைக்கிறேன்

ஆனால் அவள் எனை வெறுத்து செல்கிறாள்

என்பதற்காக மட்டும்

பதிலுக்கென என்னவளை எப்படி

நான் வெறுத்திட முடியும் ...

அன்பின் தேக்கம் …

எவ்வளவு இருந்தும்

இறுதியில் அவ்வளவு தான்

என்கிறாள் …

இவ்வளவு தான்

நான் என்ற பின்பும்

என்னுள் அவள்

அன்பின் வார்த்தைகள்

எவ்வளவோ தேங்கித்தான் கிடக்கிறது …

தேடி தேடியே ...

உயர பறக்க தொடங்கும்

பட்டம் ஒன்று

தென்றல் வீசும் திசையை

தேடி தேடியே சென்று

அதன் உயிரை

மாய்த்து கொள்கிறது

இதில் சில

மனிதர்களும் அடக்கம்.

நடிக்க விரும்பவில்லை ...

இயல்பு எனும் சொல் இருப்பதால்
ஏனோ அனைத்தும் முடிந்த பிறகு
வாழ்க்கையில் ஒருவர் இருந்த
அடையாளமின்றி அழித்துவிட்டு
எல்லாவற்றையும் கடந்து
இயல்பாக நடிக்க
கற்றுக்கொடுத்து செல்கிறார்கள் ...

முழுமையும் ஒருவித குறையே ...

காதலில்

தோல்வியும் நிலையற்றவை

அது சொல்லும்

காரணங்களும் நிலையற்றவை

வெறுமையும் நிலையற்றவை

இன்பத்தில் கடந்திடும்

நொடிகளும் நிலையற்றவை

துன்பதில் தோய்ந்திடும்

நிமிடங்களும் நிலையற்றவை

நிதானங்கள் தந்திடும்

அமைதியும் நிலையற்றவை

எதிர்பார்ப்பின்

ஏக்கங்களும் நிலையற்றவை

சென்று முடிந்த பயணத்தில்

பாதைகளும் நிலையற்றவை

உடன் வந்தவர்களும் நிலையற்றவை

உறவென்று சொல்லும்

காரணங்களும் நிலையற்றவை

கோபத்தில் உதறி தள்ளும்

வார்த்தைகளும் நிலையற்றவை

அந்த வார்த்தைகள் தந்திடும் வலிகளும்

அவர்களிடம் நிலையற்றவை

இப்படி நிலையற்ற தருணங்களுக்காகவே

இருவரில் ஒருவர் நிலையற்று

போவதினாலே காதலும்

நிலையற்று போகிறது ...

கண்ணீரின் கதை ...

ஒவ்வொறு கண்ணீருக்கும்

ஒரு தனிப்பட்ட கதை உண்டு

கண்ணீர் சொல்லும்

கதைகளுக்கு வலிகள் இல்லை

வலிகள் கோர்த்திடும் வார்தைகளுக்குள்

வாழும் நினைவுகள் உண்டு

நினைவுகள் சேர்த்திட்ட

நிமிடங்கள் யாவையும்

என்னுள்ளே வந்து போகும்

நூறு சாதல் காண்கிறேன்

சாதல் யாதேனும் பொய்யாய் மாறிட

உயிர்பிக்கும் நம் காதல் என்னுள்ளே

பேரன்பாய் ஆனதே ...

பேசும் மனம் ...

என் மனதிற்கும் தெரியும்

உன் மனதிற்கும் தெரியும்

நாம் எனும் சொல்லுக்குள்

நாம் முழுமையாய் ஒன்றாகத் தான்

இருக்கிறோம் என்று

ஆனால் வெளியே மட்டும்

இருக்கும் சண்டைகளுக்காக

நாம் ஒருவருக்கொருவர்

நம் மனதை புண்படுத்திக்

கொண்டது ஏன்?

அவள் கரை வரை சென்றேன்...

மீண்டும் என் கடலில்

ஆழம் சென்று

முத்துக்குளிக்கவும் ஆசை இல்லை...

மீண்டும் என் கடலில்

முங்கி குளிக்கவும் ஆசை இல்லை...

ஏன் மீண்டும் என் கடற்கரையில்

கால் நனைக்கவும் கூட ஆசை இல்லை

ஏன் என்றால்...

என் மனம் என்றோ

என் கடலின் மறுகரையை சென்று

அடைந்து அங்கேயே தங்கிவிட்டது...

இன்றும் நம்பவில்லை ...

நான் எதிர்பாரா எதிர்பார்ப்புகளை

நிகழ்தியவள் அவள்

அவளிடம் இருந்து

நான் எதிர்பார்க்காத

ஒன்றைத்தான்

இறுதியில் அவள் நிகழ்த்தி சென்றாள்

அதுவும் நான்

எதிர்பாரா சமயத்தில்...

நான் பிழை ஆகிறேன் ...

நான் வேறு நபர்களிடம்

உரையாடுவதை குறைத்து விட்டேன்

என் வார்த்தைகளின்

அர்த்தம் அவளிடம் மட்டுமே

முழுமை பெற

வேண்டும் என்பதற்காக

சிலசமயம் நண்பர்களிடமும்

அதிகம் பகிர்வதை நிறுத்தி கொண்டேன்

ஏனென்றால்

என் அவள் என்று சொல்லி

பறந்த நான் என் உடன் அவள்

இன்று இல்லை என்பதை

எப்படி சொல்வேன் ?

தனிமையில் நீண்ட நேரம்

பித்தனாய் புலம்பினேன்

யாரேனும் என்மீது உரிமை

கொள்வாரோ என எண்ணி

நான் நாட்கள் ஓட்டத்தில்

இருந்து என்றோ நின்று விட்டேன்

யாரேனும் எனை தேடி வருவார்கள்

என்ற நம்பிக்கையில்

இன்று வரை யாரும் எனை தேடிடவில்லை

எனவே நான் மீண்டும்

நாட்கள் ஓட்டத்தில்

அவள் நினைவுகளோடே சென்று

நானே பிழையாகிறேன் ...

தூங்க இரவுகள் ...

என் தலையணையின்
உறக்கத்தோடு சேர்த்து
என்னுடன் ஆன கனவையும் அவள்
கடத்திக்கொண்டு சென்றுவிட்டாள்
இனி என் தூங்கா இரவுகளுக்கெல்லாம்
சேர்த்து நீ உறங்கு ...

அழகி அவள் ...

அழகியல் பற்றி விவரிக்கச்

சொன்னால்

சித்திரம் பேசும் கவிதைகள்

எவ்விதமோ

அவ்விதம் என்பேன் ....

அவளிடம் என் பரிசுகள் ...

அவள் ஆசையாக படிக்க நினைத்து
வாங்கிய புத்தகத்தை போலும்
அவள் அலமாரியில் இருந்து
தொலைந்த நீல நிற கிளிஞ்சல்
உடையை போலும்
எனக்கு பிடித்த அவளின்
பழைய கண் கண்ணாடியை போலும்
என் பரிசுகள் அவள்
அறைக்குள்
தேட விரும்பா சில பொருட்களாய்
எங்கோ ஒரு ஓரத்தில் கிடக்கின்றது
என்று நம்புகிறேன் ...

அவளும் இசையும் ...

நாம் கேட்ட இசையெல்லாம்
நீயின்மையின் தாக்கத்தை
இன்றும் என்னுள்
தந்து செல்வதால் ஏனோ
நினைவுகளில் பிரியாதிருக்கிறது ...
நீயாக வந்து பேசி போனதும்
நீயே என் தோள் சாய்ந்ததும்
என எதுவும் இன்னும்
மறக்கவில்லையே ...

தொலைப்பேசியில் ...

முதல் அழைப்பினில் சில நொடிக்குள்

பலத் தயகங்களும்

சில நிமிடங்களுக்கென

வெகுநேர காத்திருப்புகளும்

பல மணி நேரங்களுடன் சேர்ந்து

கடக்கும் சில மாதங்களில்

கொஞ்சும் சில அர்த்தமற்ற

வார்தைகளாலும்

கெஞ்சும் பலநேர இடைப்பட்ட

மௌனங்களாலும்

கோபங்களைச் சொல்லும்

குறுஞ்செய்திகளாலும்

அதற்கு சமாதனம் மறுத்திடும்

நூறுக்கும் மேற்பட்ட தவறவிட்ட

அழைப்புகளாலும்

சமாதனம் செய்திடும் பல சந்திப்புகளும்

என இப்படி தொலைபேசியில்

ஒன்றாக இருவருக்குள்

காதல் வாழ்ந்ததும் உண்டு ...

பேருந்து பயணம் ...

இன்றும் பேருந்தில் பயணிக்கும்

காதலர்களுக்கு இடையில்

வார்த்தைகள் மௌனமாகிய

பொழுதிலும்

இருகரங்களும் இணைந்தப்

படித்தான் இருக்கின்றது

அவர்களின் வார்த்தைகள்

தந்த இடைவெளியை

அவர்களின் விரல்கள்

நிறப்பிக் கொண்டு தான்

வருகின்றது ...

மருதாணியின் கதை ...

அவள் மருதாணி வைத்த

விரல்கள் சிவக்க வேண்டுமெனில்

கடமை முடிந்தப்பின் விரல்களில்

இருந்த காய்ந்த மருதாணி

உதிரத்தான் வேண்டும்

அவள் ஆசையாக பறித்தாள்

என்பதற்காக மட்டும் அவள்

விரலிலே தங்கி விட

நினைத்தால் அது மருதாணியின்

முட்டாள்தனம் தானே ...

இறுதியில் முதலிடம் ...

அதிகபட்சம் நினைவில்

இருந்து ஒருவர் அழிந்திட

குறைந்தபட்சம் மூன்று நான்கு

வாரங்கள் எடுக்குமாம்

என்னவளுக்கோ சிறிது நியாபக

மறதியும் உண்டு

அப்போது அவள் மறக்கும் நபர்களில்

என்றோ முதலிடம் பிடித்து இருப்பேன்

என்று நினைக்கிறேன் ...

பேருந்து நிருத்தத்தில் ...

நீண்ட நாட்கள்

நான் அந்த பேருந்தின்

ஜன்னல்களை ரசித்து

கொண்டும் இருந்திருக்கிறேன்

சிலசமயம் வெகு தூரம்

அந்த பேருந்தின் ஜன்னல்களை

காண ஓடியும் இருக்கிறேன்

ஆனால் இன்று தான்

அந்த ஜன்னல்களோடு சேர்ந்து பயணிக்கும்

நேரம் அமைந்தது

நான் சிறு பிள்ளை போல் மாறி

ஜன்னல் கம்பிகளோடு கைக்கோர்த்து

அவள் நினைவுகளோடு பயணிக்கின்றேன்...

காத்திருப்பு ...

சிலர் தேவைப்படும் பொழுது

தேடுபவர்களுக்காக காத்திருப்பதை விட

கண்களில் தென்படுபவர்களை

எதுவாயினும் தேர்ந்தெடுத்து

நகர்ந்து செல்கிறார்கள்

இதற்கு மத்தியில் எவ்வளவு ஆயினும்

அவள் காத்திருப்பில் தான்

என் காதலில் அவள்

உயர்வாக கருதப்படுகிறாள் ...

நேசிப்பின் சிறப்பு ...

தவறுகள் நடந்த பின்

இரு இதயமும் தவறிய இடங்களைத்

தொலைத்து விட்டு பின்னர்

தேடிட மறுத்து தனிமையில்

இருவேறு பாதைகளில் சென்று

சுழலில் தொலைவதை விட

தவறிய இடத்திலேயே இருமனமும்

உடைந்து அழுகையில் தானே

கண்ணீரை துடைக்க தொலைந்த

இரு இதயங்கள் இணைகிறது

அந்நொடியிலே பேரன்பில் மீண்டும்

அக்காதல் தொடர்கிறது ...

4. முதுவேனிற்காலம்

"சிலசமயங்களில் தெரிந்தே விடைபெற்று பிரிவினை மேற்க்கொள்ளும் பறவைகளுடைய வலிமையை நாம் கண்டும் பிரிவினை ஏற்றுக்கொள்ளாத மனம் ஒன்று வலிமையற்ற நிலையிலும் சோதிக்கப்படுகிறது. இக்காலம் கடக்கும் காதலெல்லாம் வாழும் வரை வீழாக்கதையாகும்."

விடைபெறும் பறவை ...

விடைபெற்று பறந்த
பறவைகளுடைய
தேடலின் பயணம் என்றுமே
மீண்டும் தொலைந்த இடத்தை
நோக்கியே தான் இருக்கிறது
அங்கு செல்ல வழி
தெரியாமல்தான் எங்கோ
ஒரு வன பகுதியை சென்றடைகிறது ...
அதுபோல தான் தேடலின் இறுதியில்
தொலைந்த இடத்தை மறந்து
அவளும் அவளின் மிகப்பெரிய
அழகிய கூண்டிற்குள் சென்று
அங்கு ராணியாய்
புன்னகைக்கிறாள் ...

புதுமைப் பெண்ணின் வாழ்விழும் ...

அன்பு எனும் முகவரியில்

ஆசை எனும் தாழ் திறந்து

அவனை வரவேற்று

காதல் எனும் வாடகை வீட்டிலே

காலத்தோடு இணைந்து ஒன்றாக

இருவரும் காதலோடு

வாழும் பொழுது

அவளின் அவர்கள் திருமணம்

எனும் மாளிகை வீட்டிற்கு

அவளை பாசத்தோடு வழி

அனுப்பி வைக்கையில்

மாளிகை எங்கும் அவள் சிரிப்பு

சத்தம் ஒலித்தாலும்

யாரும் அவளிடம் அன்பெனும்

முகவரிக்கு வழி கேட்கவும் இல்லை...

அவள் ஆசையெனும் தாழ் இனி

திறந்திடவும் இல்லை ...

திருமணத்திற்கு பின் அவள் காதல்

அந்த வாடகை வீட்டிலே

வாழ்ந்து மாய்ந்து போனது என்று

யாரும் அறிய போவதும் இல்லை ...

இவை அனைத்தையும் கடந்த பின்னரே

புதுமைப்பெண் பதுமை ஆகிறாள் ...

இறுதி நிறுத்ததில் ...

அவனின் முக்காதலும்
முற்றிலும் முறிந்த
பின்பு தான்
அவனுக்கான அவள்
அவனிடம் வந்து
அவள் முன்பு காதலில்
தோற்றக் காரணத்தை
சரி செய்கிறாள் ...

அவள் இல்லா நாட்களில் ...

கண்களில் கண்ணீர்
தேங்கித்தான் இருக்கிறது
அதை எவரிடமும் காட்டிக்
கொள்ளவும் இல்லை
காரணம் சொல்லவும் இல்லை
அவள் என்னுடன் இல்லை
என்று எனக்கு
நன்றாகவே தெரியும்
தெரிந்ததாலே
அவள் இல்லா நாட்களில்
நான் நானாகிறேன்
அதிலும் அவள் முற்றிலும்
விரும்பா நானாகிறேன் ...

சில பொய்கள் சொல்கிறேன் ...

இந்த வாழ்க்கையில் நம்மை
சந்திக்கும் அனைவரும்
நிறைய பொய்களை
நம்மிடம் கொட்டிவிட்டு தான்
செல்கிறார்கள் அதிலும்
நமக்கு பிடித்த பொய்களை
நாம் பொறுக்கி கொண்டே
தான் அவர்களை பின்தொடர்ந்தும்
பின்தொடரச் செய்தும்
கொண்டு இருக்கிறோம்
அதிலும் மிக பிடித்த பொய்களுக்கு
தான் நாம் அடிமை ஆகிறோம் ...

பரிமாற்றம் ...

என்றோ அனுபவமிக்க ஒருவர்

சொன்ன வார்த்தைகளை

நான் அன்று

ஒப்புக் கொள்ளவில்லை

ஆம், நிஜம் தான்

இன்று ஒப்புக் கொள்கிறேன்

சில நபர்களின்

பரிமாற்றங்கள் நம்

பரிமாணத்தை உருவாக்கிக்

கொண்டுதான் இருக்கின்றது

அவளும் என்னை உருவாக்கியது போல ...

சாயல் ...

சில பொய்கள் வெளிச்சத்தில்
மறைந்து இருப்பதையும்
சில உண்மைகள் இருளில்
ஒளிந்து இருப்பதையும்
ஏனோ உணரா வரை
இந்த வாழ்வின் மற்றொரு
சாயல் புரியாமலே
தெரியாமல் போய்விடுகிறது ...

தவறாகவே இருக்கட்டும் ...

தெரிந்தே தவறுகள் செய்யுங்கள்

நாம் இன்றுவரை செய்யாத

தவறுகளுக்கும் சேர்த்து தான்

தண்டனையை அனுபவித்துக் கொண்டு

இருக்கிறோம்

எனவே, தெரிந்தே இனி

தவறுகள் செய்து தண்டனை பெறுங்கள்

அது நாம் செய்த தவறாகவே இருக்கட்டும் ...

சில லேசான உறவுகள் ...

எப்போதும் இறுகப்பற்றிக் கொள்ளும்

ஓர் உறவைக்காட்டிலும்

சிலருக்கு சில நேரங்களில்

காற்றாய் லேசாகப்பட்டு

செல்லும் உறவுகளே

பயணத்தில் தொடர்ந்து வருகின்றது

அதிலும் அவள் எனும்

சொல்லுக்குள் வசிக்கும் சிலருக்கு

லேசான உறவுகளே

போதுமானதாகத் தெரிகிறது

அப்போதே

இறுகப்பற்றிய உறவு ஒன்று

பயணத்தின் பாதியிலேயே

இறக்கி விடப்படுகிறது ...

ஏற்றுக்கொள்ள முடியவில்லை ...

மாதிரிகளாக இருக்க பழகுங்கள்

அசலாக இருந்துவிடாதீர்கள்

அசல் என்றுமே ஒன்று மட்டும்

தான் இருக்கக்கூடும்

ஆனால் மாதிரிகளாக

இருந்துவிட்டால் ஒன்றுக்கும்

மேற்ப்படலாம்

அதிலும் சிலரிடம் அசலை விட

மாதிரிகளுக்கே மதிப்பு அதிகம்

உள்ளது எனவே

அசலாக இருந்துவிடாதீர்கள் ...

தெரிந்தவர்கள் என்றே கூறுங்கள் ...

மனிதர்களிடம் உறவாடும்
பொழுது மட்டும்
உறவுக்கு பெயரிட்டு
பயணத்தை தொடங்கமால்
இருந்து இருக்கலாம்
போல
நாட்களே போகும் இடத்திற்கு
நம்மை ஒன்றாக கூட்டிச் சென்று
அதன் இறுதி நிருத்ததில்
அதுவே வேறு ஒரு பெயரிட்டு
சென்று விடுகிறது ...
எனவே இனி தெரிந்தவர்களை
தெரிந்தவர்கள் என்றே கூறுங்கள்

ஓர் பயணம் ...

தனியே ஏதேனும் பயணம் தொடருங்கள்

கற்கள் கடந்தும் ...

மரங்களை கடந்தும் ...

மனிதர்களை கடந்தும் ...

காற்றோடு கரைந்தும்

ஒரு பறவையாய் இருப்பிடம் மறந்து

ஒரு பயணத்தை தொடருங்கள்

நகரும் மேகங்கள் உடன் இணையவே

நம்மை பின் தொடர்கிறது ...

நாங்கள் எனும் சொல்லுக்குள் ...

நான் நானாக இருப்பதும்

அவள் அவளாக சிரிப்பதும்

சமயங்கள் தானாக கடப்பதும்

எங்களுக்கு தெரிவதே இல்லை

நாங்கள் என்று சொன்னால்

கொஞ்சம் தவறுகளும்

நிறைய சரிகளும்

கொஞ்சும் வார்த்தைகளும்

கெஞ்சும் சமாதனங்களும் என

நாங்கள் நாங்களாகவே மழலையாய்

வாழ்ந்தது உண்டு அதில்

நாங்கள் எனும் சொல்லுக்குள்

அவர்கள் என்ற அர்த்தம்

சேர்த்திடாத வரை

எங்கள் நாட்கள் மிக

இனிமையாகத்தான் இருந்தது ...

ஆயிரத்து ஒன்பது நாட்கள் ...

நாம் பயணித்த பயணத்தைப் பற்றி

நான் காணும் நபர்களிடத்தில்

எல்லாம் சிலாகித்து சொல்லித்

தான் வருகிறேன்

அதிலும் குறிப்பாக

உன்னிடம் சொல்கிறேன்

நாம் ரகசிய புதையலை

தேடி சென்ற அனுபவம் நினைவிருக்க?

அதை நான் யாரிடமும்

பகிரவில்லை

நீயும் நினைவில் வைத்துக்கொள்

அது நம் உடமை என்று ...

அவள் வளையல்

அவள் விட்டுச்சென்ற

ஒற்றை வளையலின் ஓசை

என் அறைக்குள் இன்றும்

அடர்த்தியாய் ஒலிக்கின்றது

அவள் என்னிடத்தில் தந்துச்சென்ற

நினைவுகளின் வாயிலாக ...

வழிப்போக்கனின் வாழ்வில்...

நாம் சென்ற

பாதைகளில் இருந்து

வழி தவறி தொலைந்தவர்களை

காட்டிலும் நம்மோடு

பயணித்த சிலரின்

நெருக்கமான பார்வைகளை

தொலைத்தவர்களுக்கு தான்

தேடலின் வலிகள் அதிகம் ...

காதலின் முழுமை ...

காதல் வாழ்க்கைக்கும், எதிர்பார்ப்பிற்கும்

இடையில் உள்ளது

வாழ்க்கை அன்பிற்க்கும், மனிதர்களுக்கும்

இடையில் உள்ளது

எதிர்பார்ப்பு ஏக்கத்திற்க்கும், ஏமாற்றத்திற்கும்

இடையில் உள்ளது

அன்பு ஆசைக்கும், அமைதிக்கும்

இடையில் உள்ளது

மனிதர்கள் உணர்ச்சிகளுக்கும், உணர்வுகளுக்கும்

இடையில் உள்ளார்கள்

ஏக்கம் இல்லாமைக்கும், இயலாமைக்கும்

இடையில் உள்ளது

ஏமாற்றம் அது இறுதியில்

மட்டுமே உள்ளது

அதன்பின் பேரன்புடன் காதல் செய் ...

நாடகத்தின் அந்தாதி ...

எல்லோரும் அவள் என்னை விட்டு

சென்றுவிட்டாள் என்பதற்காக

அவளை தவறாக புரிந்துக் கொள்கிறார்கள்

அவள் முடிவில்லா எங்கள் காதல்

கதையின் தொடக்கத்தை எழுதிவிட்டுத்தான்

சென்று இருக்கிறாள்

என்னோடு பகிர்ந்து கொள்ளாமல்

அவள் முடிவு செய்துவிட்டாள்

அவ்வளவுதான்

அவள் தொடங்கிய காதல் கதையை

நான் தொடர்ந்து எழுதிக் கொண்டுதான்

இருக்கின்றேன்

வாசிக்க அவளின்றி ...

அது ஒரு கனவு ...

அதிகாலை நினைவாகவே

என் கனவோடு வந்தாய் நீயே ...

கதை பேச துணையின்றியே

உனை நானும் எதிர்ப்பார்க்கிறேனே

அலை கடலை விட்டு வந்தாலுமே

மீண்டும் கடல் கூட்டிக்கொள்வது போலே

என் கனவோடு காதல் கடந்தாலுமே

நினைவோடு எனை நீ கூட்டி செல்கிறாயே

உன் விழியோடு என் விழி பார்த்ததும்

என் அறை எங்கும் நம் நிழல் சேர்ந்ததும்

கனவெல்லாம் நிஜமாகும் நேரம்

நம் மாலை சூரியன் மறைய மறுப்பது ஏனோ ...

நம் விழி பார்க்கும் திசையாவுமே

நம் பேருந்தில் சென்ற தடமாகுமே

சிறு சாரல்கள் நம்மோடு சேர்ந்து பயணிக்கும் நேரம்

உன் கரங்கள் எனை இருக்க பிடித்து வைத்தது ஏனோ

சிறு சிறு நிலாக்கள் மேலே

என் வானம் விண்மீன் போலே

நம் காதல் பறந்தால் என்ன?

நான் உன்னை மணந்தால் என்ன?

இவ்வினாக்களோடு என் பகல் கனவிலிருந்து எழுந்தேன் ...

முடிவுரையாக...

காலப்போக்கில் நாட்கள் எளிதாக கடக்கின்றது

நாம் பேசிடா வார்த்தைகளும் இனி கேட்க இயலா குரல்களுக்குள் எதிர்பார்த்திடும் முகங்களாய் எங்கோ ஓர் உயிர் அங்கேயே தான் இருக்கிறது. நாமும் ஏக்கத்தில் மௌனத்தோடு எங்கோ ஓர் எதிர் திசையில் பறவையாய் அலைந்து திரிந்து நாட்களை கடக்கிறோம். இப்படி கடக்கின்ற நாட்களிலும் நாம் கேட்க இயலா குரல்களுக்குள் பார்க்க இயலா முகங்களை மறைத்து வைத்துக்கொண்டு பயணிக்கும் பயணம் எல்லாம் ஓர் பயணமா?

வழிப்போக்கிலே சந்தித்த மனிதர்களை வழியிலே தொலைத்துவிட்டு வந்த பின் ஏனோ சிலசமயங்களில் சில உரையாடல்கள் கூட அந்த வழிப்போக்கர்களை நினைவூட்டி செல்கின்றது. அப்படி இந்நொடியில் யாரேனும் உங்கள் வழிப்போக்கர்களை தொலைத்திருந்தால் அவர்கள் இந்நொடியில் நினைவில் வந்து சென்றால் அவர்கள் இப்போது யாராயினும் இருக்கட்டும் உங்களுக்கு தெரிந்தவர்கள் எனின் அந்த தொலைந்த உரையாடலையும் , தொலைத்த சந்திப்பையும் ,தொலைத்திட்ட பார்வைகளையும் என இப்படி அவர்களோடு பயணித்த பயணத்தை பகிர்ந்து கொள்ள மீண்டும் ஒருமுறை வெறும் வழிப்போக்கராய் சென்று உரையாட முயற்சியுங்கள் அவர்களும் உங்கள்

பார்வைகளை தொலைத்தவர்கள் எனின் நிச்சயம் அந்த சமயம் முதல் மழையில் நனைவது போலும் மெல்ல தயங்கும் வார்த்தைகளோடும் எதிர் பார்த்திட கனவுகளாகவும் முதல் சந்திப்பை நினைவூட்டும் நியாபகங்களாகவும் அந்நொடி அமைகின்றது. இந்த முறை அந்த அனுபவம் உண்மையிலே ரயிலின் கடைசி பெட்டியில் நின்றபடி கடலை ரசிப்பது போன்ற ஓர் உணர்வை ஏற்படுத்தி செல்லும். ஆதலால் ஒருமுறை தொலைத்திட்ட பார்வைகளை மீண்டும் தொலைத்திடாமல் அவர்களின் பார்வைகளை பிடித்து வைத்து கொள்ளுங்கள். ஏனெனில் அப்படி தொலைத்திட்ட நபர்களின் நியாபகங்கள் நினைவூட்டி செல்லுகையில் கண்களில் தேங்கும் கண்ணீரினை பிடித்து வைத்துக்கொண்டு பயணிப்பது மிக சிரமமாக உள்ளது.

*****

www.ingramcontent.com/pod-product-compliance
Lightning Source LLC
LaVergne TN
LVHW100332210926
848480LV00003B/1316
9798903924110